சிறுதானிய சமையல்

பகுதி 1

இந்திரா நாராயண்

notionpress.com

INDIA · SINGAPORE · MALAYSIA

ISBN 979-8-89026-805-1

பொருளடக்கம்

முன்னுரை

"வரகரிசிச் சோறும்
வழுதுணங்காயும்
மொற மொறவென
புளித்த தயிரும் தா"

என விருந்துக்கு வேண்டி அழைத்த மன்னனிடம், தனக்கான தேர்வைக் கேட்டவள் அவ்வை மூதாட்டி.

மெல்ல மெல்ல அங்கிருந்து நாம் நகர்ந்து, ஒவ்வொரு பேரரசும் உயர்த்திப்பிடித்த உணவுப்பழக்கங்கள் நம் இலையில் ஒட்டிக்கொள்ள ஒட்டிக்கொள்ள, இன்றைக்கு நம் இலையில் பரிமாறப்படும் பெரும்பாலான விருந்திலும் ஏலமும் இனிப்பும் இருக்கின்றதோ இல்லையா அவசியமற்ற இரசாயனத் துணுக்குகளுடன் கூடிய குப்பை உணவுகள் அரசியலும் அறமற்ற வணிகமும் ஒளிந்த பகட்டு அலங்காரங்கள் அதிகம் பரிமாறப்படுகின்றன.

விளைவு? சர்க்கரையும் இரத்தக்கொதிப்பும் மாரடைப்பும் தலைவிரித்தாடும் சமூகத்தில் நாமும் நம் இளைய தலைமுறையும் மருந்துகளால் போர்த்திக்கொண்டு வாழ்வைக் கடத்துகின்றோம், வாழ்த்துரை மகிழ்ந்து சிலாகிக்காமல்! பெருந்தொற்றுக் காலத்துக்குப் பிந்தைய காலத்தில், இச்சிக்கல் இன்னும் விரிவடைந்துள்ளது. உடலுக்குள் புகுந்துள்ள இந்த புதிய ஆன்ட்டிபாடிகள் இன்னும் எப்படியான சவால்களை நெடுநாளைக்கு கொடுக்குமோ என்கிற அச்சத்துடன் அறிவியல் உலகமும் பரபரத்துக்கொண்டு இயங்குகின்றது.

ஒருபக்கம் புதிய பெருந்தொற்றுக்கள், மற்றொரு பக்கம் தொற்றா வாழ்வியல் நோய்கள், இன்னொரு பக்கம் பல எதிர் நுண்ணுயிரி மருந்துகள் பயனற்றுப் போகும் நிலை, இவற்றிற்கிடையே அறமற்ற வணிகப்பிடிக்குள் மருந்துச்சந்தையும் உணவுச்சந்தையும் முழுசாய் சிக்கி இருக்க விளிம்பு நிலை மனிதனின் அன்றாட நலச்சவாலுக்கு விடையின்றி உடலும் மனமும் வெதும்பி நிற்கும் கோரம் பெருகிக் கொண்டே இருக்கின்றது.

இச்சூழலில் இருந்து நம்மை விடுவித்துக் கொள்ள, நம் கைப்பிடியில் உள்ள துவக்கப்புள்ளி நல்லுணவுதான். நல்லுணவு என்ற சொல்லே தவறானதுதான். உணவு என்றாலே அது நன்மையைத்தவிர வேறேதும் செய்யாததாகவே இருக்க வேண்டும். இதில் நல்லுணவு என பிரித்துப்பேச வேண்டிய அளவில் தவறான உணவுகள் ஏராளமாய் புழக்கத்தில் வந்ததே காரணம்.

இந்த காலச்சூழலில் திருமதி இந்திரா நாராயண் அவர்களின் இந்த புத்தகம் மிகச்சிறப்பான வடிவமைப்புடன் பல சுவையான உணவுகளை, தின்பண்டங்களைப் பரிமாறியுள்ளது. பொதுவாய் புது நூல்களை வாங்கியவுடன் முகர்ந்து பார்த்து மகிழும் பழக்கம் குழந்தைப்பருவத்தில் இருந்து பலருக்கும் இருக்கும். அப்படி ஒருவேளை இந்த நூலை முகர்ந்தாலே நறுமணத்துடன் நல்லுணவும் கூட பரிமாறப்படலாம். அப்படியான வடிவமைப்பும் ஆகச்சிறப்பான புகைப்படங்களும் இந்நூலின் சிறப்பைச் சொல்லும் முதல் சாட்சியாக அமைந்துள்ளது.

80 வகையான சுவையான ரெசிபிக்களைக் கொண்ட இந்த புத்தகத்தில் பரிமாறப்பட்ட அத்தனை உணவும் பசிக்கானதும் ருசிக்கானதும் மட்டுமல்ல. கொஞ்சம் உங்கள் உடல் நலத்திற்குமானது. பீட்ரூட் சூப்பில் உங்கள் நா மட்டும் நிச்சயம் சிவப்பாகாது. கூடவே எலும்பு மஞ்சைக்குள் சிகப்பு ரத்தம் கொஞ்சம் கூடுதலாய் ஊறும். தமிழ்ப்படங்கள் "பான் இந்தியா"திரைப்படங்களாய் வடிவம் பெற்றது போல், வடை - அடை என்கிற வரிசையில் "பாம்பே சட்னி மகராஷ்டிரா அம்ரிதி" என இந்திய உணவுகளின் சிறப்புக்களும் சேர்ந்து கொடுத்திருப்பது படித்து முடிக்கையில் ஒரு "தமிழ் - மகராஷ்டிர காதல் திருமண" வீட்டு விருந்துக்கு போய் வந்த குதூகலம் நாவில் ஒட்டியுள்ள உணர்வு. பிரதானமாய் சிறுதானியங்களை வைத்து இவ்வளவு சுவையான உணவுகளைச் சொல்லியுள்ள இந்திரா அம்மாவை பாராட்டியே ஆக வேண்டும். 'சிறுதானியம்' என்றால் அவ்வளவு சுவையாய் இராதோ? என்கிற சின்னஞ்சிறுசுகளின் மனோபாவத்தை இந்நூலின் ஒற்றை உணவுப்பரிமாறலில் உடைத்துவிட முடியும்!

அன்றைக்கு மாங்குடி கிழாரும் அவ்வையும் சிறுதானியங்களை இலக்கியங்களில் பரிமாறாமல் போயிருந்தால், நம் தமிழ்ச்சமூகத்தின் ஒரு பெரும் நலச்சொத்தை நாம் தொலைத்திருக்கக்கூடும்.

"கருங்கால் வரகே
இருங்கதிர்த்தினையே
சிறுகொடிக்கொள்ளே
பொறிகிளர் அவரையொடு
இந்நான்கல்லது உணாவும் இல்லை"

என்று மாங்குடிக் கிழாரினால் (புற நானூறு 335) உயர்த்திக் கூறப்படும் வரகு, தினை போன்ற தவசங்களை மானாவாரி நிலத்தில் இருந்து மாடுலார் கிச்சனுக்குள் கொண்டு வந்துள்ள இந்த நூல் சமகாலத்து தேடலில் ஒரு முக்கிய நூலாய் அமையும்.

நலம் பரிமாறும் இந்நூல் உங்கள் சமையலறையில் அஞ்சறைப்பட்டிக்கு அடுத்ததாக இருக்கவேண்டிய ஒன்று!

வாழ்த்துக்களுடன்
கு.சிவராமன்

நன்றியுரை

அனைவருக்கும் அன்பான வணக்கம்.

எனது தாய் மொழியான தமிழில் இந்த சிறுதானிய சமையல் புத்தகத்தை வெளியிடுவதில் மிக்க மகிழ்ச்சியடைகிறேன். எனது நெடுநாளைய விருப்பமும் இன்று நிறைவேறியது.

முன்பு கஞ்சி, கூழ் சாதம் கொழுக்கட்டை புட்டு என்று சிறுதானியங்களை நம் முன்னோர்கள் பயன்படுத்தி ஆரோக்கியமாக வாழ்ந்து வந்தார்கள்.

இடையில் சிறுதானியங்களின் பயன்பாடு குறைந்து விட்டது.

சிறுதானியங்களை சிறுவர் முதல் பெரியவர்கள் வரை அனைவரும் உணவாக உட்கொள்ள வேண்டும், ஆரோக்கியமாக வாழ வேண்டும். என்ற நோக்கத்தில்,

செய்வதற்கு சுலபமாகவும், சுவையாகவும் இருக்கும்படி சமையல் முறைகளை செய்து பார்த்து எழுதியிருக்கிறேன்.

இந்த புத்தகம் எழுத காரணமாக இருந்த அனைவருக்கும் என் சிரம் தாழ்த்தி நன்றியை தெரிவித்துக் கொள்கிறேன்.

குறிப்பாக

எனக்கு என்றென்றும் பக்கபலமாக, எனக்கு உறுதுணையாக இருக்கும் என் குடும்பத்தினருக்கு என் அன்பான நன்றியை தெரிவித்துக் கொள்கிறேன்.

இந்த புத்தகத்தை எழுத எனக்கு தூண்டுகோலாக இருந்து என்னை ஊக்குவித்த குமுதம் சிநேகிதி பத்திரிக்கை ஆசிரியராக இருந்த திருமதி. லோகநாயகி அவர்களுக்கு என் பாசம் மிக்க நன்றியை தெரிவித்துக் கொள்கிறேன்.

சென்னை ஹோட்டல் சவேரா சமையல் கலை நிபுணர்களுக்கு சிறுதானிய உணவுகளை கற்றுக் கொடுக்க என்னை அழைத்து பல புதிய உணவு முறைகளை நான் செய்வதற்கு என்னை உற்சாகப்படுத்திய ஹோட்டல் சவேரா நிறுவனத்திற்கு எனது நட்பான நன்றியை தெரிவித்துக் கொள்கிறேன்.

சிறுதானிய உணவுகளை நான் செய்துபார்ப்பதற்காக சிறுதானியங்கள் தந்து உதவிய சென்னை Native Food Store நிறுவனத்திற்கு எனது பெருமைமிகு நன்றியை தெரிவித்துக் கொள்கிறேன்.

MM Nutri foods நிறுவனத்திற்கு நெஞ்சார்ந்த நன்றி

சிறுதானியத்தையும் அறிமுகப்படுத்தும் E I D PARRY'S நிறுவனத்திற்கும் நன்றி

என் வேண்டுகோளுக்கு இணங்க இந்த சிறுதானிய சமையல் குறிப்புகளை படித்து இதற்கு முன்னுரை எழுதித்தந்த பிரபல சித்த மருத்துவர் டாக்டர் திரு.கு.சிவராமன் சென்னை அவர்களுக்கு என் மதிப்பு மிக்க வணக்கத்தையும், கோடானு கோடி நன்றியையும் தெரிவித்துக் கொள்கிறேன்.

ஆங்கிலத்தில் நான் எழுதிய இந்த புத்தகத்தை, தமிழில் மொழிபெயர்த்து இந்த புத்தகம் வெளியிடுவதற்கு துணையாக இருந்த திருமதி.ராணி சுப்பிரமணியன் (சிவகாசி)

அவர்களுக்கும், அவர்களது மகள் மதுமதிசங்கர் (ஜப்பான்) அவர்களுக்கும் எனது சிறப்பான நன்றியை தெரிவித்துக் கொள்கிறேன்.

இந்த புத்தகத்தை அனைவரும் படித்து ,சமைத்து, சுவைத்து, ஆரோக்கியமாக வாழ வேண்டும். என்று வாழ்த்தி நன்றி கூறுகிறேன்.

"சிறுதானியம் தருமே பெரிய ஆரோக்கியம்"

மிக்க நன்றி🙏💐🌷

நட்புடன்

இந்திரா நாராயண்

சூப்

பீட்ரூட் சூப்

செய்வது சுலபம், ஆரோக்கியமும் கூட

தேவையான பொருட்கள்:

பீட்ரூட்-1 (தோல் நீக்கி வேகவைத்துக்கொள்ளவும்)

சாமை அரிசி - 1/3 கப்

இஞ்சி - 1 அங்குலதுண்டு

கொத்தமல்லி புதினா - 1 டேபிள்ஸ்பூன்

காய்கறி வேக வைத்த தண்ணீர் - 1/2 கப்

மிளகு பொடி - தேவையான அளவு

உப்பு - தேவையான அளவு

வறுத்த வெள்ளை எள் - 1 டேபிள்ஸ்பூன்

செய்முறை:

பீட்ரூட்டை இஞ்சி துண்டுடன் வேகவைக்கவும்.

வெந்ததும் இஞ்சி துண்டை எடுத்துவிடவும்.

காய்கறி வேகவைத்த தண்ணீருடன் பீட்ரூட்டை அரைத்துக்கொள்ளவும்.

அடி கனமான பாத்திரத்தில் சிறுதானியத்தை சேர்த்து நன்கு வறுக்கவும்.

அதனுடன் அரைத்த பீட்ரூட் விழுது, நறுக்கிய கொத்தமல்லி புதினா, தேங்காய்பால் சேர்த்து வேகவைக்கவும்.

இறுதியாக உப்பு, மிளகுதூள் சேர்த்து அடுப்பில் இருந்து இறக்கவும்.

வறுத்த வெள்ளை எள் சேர்த்து ரசித்து பருகவும்.

சர்க்கரைவள்ளிகிழங்கு சூப்

சுவையானது மற்றும் சுலபமாக தயாரிக்கக்கூடியது.

தேவையான பொருட்கள்:

நடுத்தர அளவுள்ள சர்க்கரைவள்ளிகிழங்கு - 1 (சுத்தம் செய்து தோல் நீக்கி சதுர துண்டுகளாக நறுக்கிக் கொள்ளவும்)

தக்காளி - 2 (பெரியது)

வெங்காயம் - 1 (பெரியது)

காய்கறி வேகவைத்த தண்ணீர் - 1 1/2 கப்

வெண்ணெய் அல்லது எண்ணெய்

மிளகுதூள், உப்பு - தேவையான அளவு

க்ரீம் அல்லது பால் - 1/2 கப்

சீஸ், புதினா - அலங்கரிப்பதற்கு

செய்முறை:

குக்கரில் வெண்ணெயை சூடுபடுத்தவும். நறுக்கிய வெங்காயம் சேர்த்து நன்கு வதக்கவும்.பின் நறுக்கிய தக்காளி, மற்றும் சதுரமாக நறுக்கிய சர்க்கரைவள்ளிகிழங்கை சேர்த்து வதக்கவும். காய்கறி வேகவைத்த தண்ணீர் அல்லது சாதாரணதண்ணீர் சேர்த்து குக்கரை மூடி மூன்று விசில் வரும்வரை வேகவைக்கவும்.

சூடு குறைந்தபிறகு மசித்துக்கொள்ளவும்.

க்ரீம் அல்லது பால்சேர்க்கவும்.

உப்பு மற்றும் மிளகுதூள் சேர்க்கவும்.

லேசாக சூடுபடுத்தி சீஸ் மற்றும் புதினா இலைகள் தூவி ரசித்து பருகவும்.

பாதாம் மற்றும் பசுமையான வெந்தயக்கீரை சூப்

தேவையான பொருட்கள்:

வெண்ணெய் அல்லது எண்ணெய் - 1 டேபிள்ஸ்பூன்

காய்கறி வேகவைத்த தண்ணீர் - 1 கப்

வெங்காயம்-1 (சிறியதாக வெட்டியது)

தக்காளி - 1 (சிறியதாக வெட்டியது)

பாதாம் பருப்பு - 20 (30 நிமிடம் ஊற வைத்து தோல் நீக்கி விழுதாக அரைத்துக்கொள்ளவும்)

பால் அல்லது க்ரீம் - தேவையான அளவு

உப்பு - ருசிக்கு ஏற்ப

மிளகு பொடி - தேவையான அளவு

செய்முறை:

அடிகனமான பாத்திரத்தில் வெண்ணெய் அல்லது நெய் ஊற்றி வெங்காயத்தை கண்ணாடி போல் ஆகும்வரை வதக்கவும்.

பின் தக்காளி சேர்த்து நன்கு மசியும் வரை வதக்கவும்.

பசுமையான வெந்தயக்கீரை இலை சேர்த்து வதக்கவும்.

காய்கறி வேகவைத்த தண்ணீர் சேர்த்து வேகவைக்கவும்.

பின் பாதாம் விழுது சேர்க்கவும்.

பால் அல்லது க்ரீம் சேர்க்கவும்.

தேவையான அளவு மிளகுதூள், உப்பு சேர்த்து கலந்து, சூடாக ரசித்து பருகவும்......

கேழ்வரகு சூப்

இது சூப் வகைகளில் மிகச்சிறந்த சூப். மிகவும் சத்து மிகுந்தது. காய்கறி மற்றும் கீரை சேர்ப்பதால் ஒரு முழுமையான உணவாக இருக்கும். ஒரு பெரிய கிண்ணம் நிறைய கேழ்வரகு சூப் குடித்தால் இரவு உணவு போதுமானதாக இருக்கும்…

தேவையான பொருட்கள்:

கேழ்வரகு மாவு - 2 டேபிள்ஸ்பூன்

வெங்காயம் சிறியது - 1 (பொடியாக நறுக்கிக்கொள்ளவும்)

காலிபிளவர் - 1/4 கப்

பீன்ஸ் - 6 நறுக்கியது

காரட் - 1 நறுக்கியது

பட்டாணி - 2 டேபிள்ஸ்பூன்

பாலக்கீரை- 1 கைபிடி அளவு (நறுக்கியது)

வேறு வகை கீரைகள் நம் விருப்பப்படி சேர்த்துக்கொள்ளலாம்

ஆளிவிதைப் பொடி - 1 டேபிள்ஸ்பூன்

மாங்காய்பொடி - 1 டீஸ்பூன்

தண்ணீர் அல்லது காய்கறி வேகவைத்த தண்ணீர்

தேங்காய்பால்

மிளகு பொடி

உப்பு

ஆலிவ் எண்ணெய் - 1 டேபிள்ஸ்பூன்

காய்கறி மற்றும் கீரைகளை பொடியாக நறுக்கிகொள்ளவும்.

கேழ்வரகு மாவில் தேவையான அளவு தண்ணீர் ஊற்றி விழுது போல் கரைத்துக் கொள்ளவும்.

ஒரு கடாயில் ஆலிவ் எண்ணெய்யை ஊற்றி சூடான உடன் நறுக்கிய வெங்காயம் சேர்த்து நன்றாக வதக்கவும்.

வெங்காயம் கண்ணாடி போல் ஆனவுடன் நறுக்கிய காய்கறிகள் சேர்த்துவதக்கி, பின் காய்கறி வேகவைத்த தண்ணீர் ஊற்றி மூடி வேக வைக்கவும்.

வெந்தவுடன் கீரை சேர்த்து வேகவைக்கவும்.பின் கரைத்த கேழ்வரகு மாவை ஊற்றி உடனே நன்றாக கலந்துவிடவும்.

உப்பு, மிளகு பொடி, மாங்காய்பொடி, ஆளிவிதை பொடி சேர்த்து நன்றாக கலந்து வெந்தவுடன், தேவையான அளவு தேங்காய்பால் சேர்க்கவும்.

கேழ்வரகு சூப் தயார்.

படத்தை பார்த்து சுவையை முடிவு செய்ய முடியாது. நீங்களே செய்து பார்த்து சுவைத்து மகிழுங்கள்.

வாழைப்பூ, முந்திரி க்ரீம் சூப்

தேவையான பொருட்கள்

சிறியதாக நறுக்கிய வாழைப்பூ-1 கப்

சீரகம்- 1 டீஸ்பூன்

பெரிய தக்காளி - 1 சிறியதாக நறுக்கியது

இஞ்சி - 1 சிறிய துண்டு (துருவியது)

காய்கறி வேகவைத்த தண்ணீர் - 1 கப்

முந்திரி - 15 ஊறவைத்து விழுதாக அரைக்கவும்.

மிளகு பொடி

உப்பு

எண்ணெய் / வெண்ணெய்

செய்முறை:

வாணலியை சூடுபடுத்தி எண்ணெய்/வெண்ணெய் சேர்க்கவும்.

சூடானவுடன் சீரகம், இஞ்சி, நறுக்கிய தக்காளி சேர்த்து, தக்காளி நன்கு மசியும் வரை வதக்கவும்.

சூடு ஆறியபிறகு அரைத்துக் கொள்ளவும்.

அதே பாத்திரத்தில் எண்ணெய் ஊற்றி காய்ந்ததும் நறுக்கிய வாழைப்பூ மஞ்சள் பொடி சேர்த்து லேசாக வதக்கவும்.

அதனுடன் 1 கப் காய்கறி வேகவைத்த தண்ணீர் சேர்த்து வேகவைக்கவும்.

வெந்தவுடன் தக்காளி விழுது சேர்த்து கொதிக்கவைக்கவும்.

முந்திரி விழுது சேர்த்து சில நிமிடங்கள் கொதிக்க வைக்கவும்.

உப்பு, மிளகு பொடி சேர்க்கவும்.
தேவைப்பட்டால் தண்ணீர் சேர்க்கவும்.
வறுத்த முந்திரி பருப்பு மேலே தூவவும்.

குறிப்பு:

முந்திரி பருப்பிற்கு பதில் பாதாம் சேர்க்கலாம்.
அல்லது வேகவைத்த துவரம்பருப்பு /பாசிப்பருப்பு சேர்த்து தேவையான அளவு தண்ணீர் சேர்த்து ரசித்து பருகலாம்…

துவக்க உணவு

முளைகட்டிய பாசிப்பயறு டிக்கி

ஆரோக்கியமான மாலை நேர சிற்றுண்டி

தேவையான பொருட்கள்:

முளைகட்டிய பாசிப்பயறு - 2 கப்

ஆளி விதை-2 டேபிள்ஸ்பூன்

வறுத்த வேர்கடலை - 2 டேபிள்ஸ்பூன் (ஒன்றிரண்டாக உடைத்தது)

மல்லி பொடி - 1/2 டீஸ்பூன்

மஞ்சள்பொடி - 1/2 டீஸ்பூன்

மிளகாய்பொடி - காரத்திற்கு ஏற்ப

பாசிப்பயறு மாவு - 2 டீஸ்பூன்

இஞ்சி- 1/2 டீஸ்பூன்

கொத்தமல்லி இலை

எலுமிச்சை சாறு - 1 டோபிள் ஸ்பூன்

உப்பு - தேவையான அளவு

எண்ணெய் - பொரிப்பதற்கு

செய்முறை:

மேலே குறிப்பிட்ட எல்லா பொருட்களையும் ஒன்றாக நன்றாக கலந்து நீள்உருளைவடிவத்தில் உருட்டி எண்ணெய்யில் பொரித்து எடுக்கவும்.

கொத்தமல்லி புதினா சட்னி அல்லது பேரீச்சம்பழம் சட்னியுடன் சாப்பிடலாம்.

குறிப்பு: சிறியதாக நறுக்கிய காய்கறிகளுடன் சாப்பிடலாம். பர்கரில் உபயோகப்படுத்தலாம்.

வெள்ளை சோள வெந்தயக்கீரை முத்தியா

எளிமையான ஆவியில் வேகவைத்த கடாயில் லேசாக வறுத்த சிற்றுண்டி

தேவையான பொருட்கள்:

வெள்ளை சோள மாவு - 1 கப்

புதிய வெந்தயக்கீரை - 1 கப்

தயிர் - 1/4 கப்

இஞ்சி&மிளகாய் விழுது - 1 டேபிள்ஸ்பூன்

ஓமம் - 1/4 டீஸ்பூன்

மஞ்சள்பொடி - 1 டீஸ்பூன்

எலுமிச்சை சாறு - 1 டீஸ்பூன்

பேகிங் சோடா - 1 சிட்டிகை

உப்பு - தேவையான அளவு

தண்ணீர்

கடாயில் வறுப்பதற்கு

எண்ணெய் - 2 டீஸ்பூன்

எள் - டீஸ்பூன்

கறிவேப்பிலை - சிறிது

ஒரு பாத்திரத்தில் சோளமாவுவெந்தயக்கீரை, எள், மஞ்சள்பொடி சேர்த்து கலந்துகொள்ளவும். அதனுடன் தயிர், எலுமிச்சை சாறு, பேகிங் பவுடர், உப்பு சேர்த்து கலந்துகொள்ளவும். அதனுடன் தண்ணீர் சிறிதுசிறிதாக சேர்த்து வடைமாவு பதத்திற்கு கலந்துகொள்ளவும்.

கையில் எண்ணெய் தடவிக் கொண்டு மாவை மரத்துண்டுகள் போல் உருட்டி, எண்ணெய் தடவிய தட்டில் வைத்து ஆவியில் ஏழு நிமிடம் வேகவைக்கவும்.

ஒரு பெரிய கடாயில் எண்ணெய் சிறிது ஊற்றி எள் மற்றும் கறிவேப்பிலையை வதக்கவும்.

அதில் ஆவியில் வேக வைத்த முத்தியாவை அடுக்கி இரண்டுபக்கமும் மொறுமொறுப்பாக ஆகும் வரை வறுக்கவும்.

டீயுடன் சாப்பிட சுவையாக இருக்கும்.........

குறிப்பு: பெரிய துண்டுகளாக ஆவியில் வேகவைத்திருந்தால், வட்டவட்டமாக வெட்டி வறுக்கவும்.

சிறுதானிய அவல், சர்க்கரைவள்ளிகிழங்கு வடை

இது ஒரு மிகச்சரியான மாலை நேர சிற்றுண்டி

தேவையான பொருட்கள்:

குதிரைவாலி அவல்- 1 கப்

பெரிய சர்க்கரைவள்ளிகிழங்கு - 1 (வேகவைத்து மசித்தது)

நிலக்கடலை-1/4கப் (வறுத்து ஒன்றிரண்டாக உடைத்தது)

ஆளி விதை பொடி-1 டேபிள்ஸ்பூன்

மஞ்சள்பொடி

மிளகாய்பொடி

உங்களுக்கு பிடித்த மசாலா பொருட்களை சேர்த்துக்கொள்ளலாம்

புதினா, கொத்தமல்லி - பொடியாக நறுக்கியது

உப்பு

குதிரைவாலி அவலை சல்லடையில் எடுத்து கழுவிக் கொள்ளவும்.

அதனுடன் மசித்த சர்க்கரைவள்ளிகிழங்கு, உடைத்த வேர்கடலை, ஆளி விதை பொடி, மஞ்சள்பொடி, மிளகாய்பொடி, உப்பு, புதினா, கொத்தமல்லி இலைகள் சேர்த்து நன்றாக கலந்து, பந்து போல் உருட்டிக்கொள்ளவும். தண்ணீர் சேர்க்க தேவை இல்லை.

சிறுசிறு உருண்டைகளாக உருட்டி வடை போல் தட்டி எண்ணெய்யில் பொரித்தெடுக்கவும். அல்லது கடாயில் சிறிது எண்ணெய் ஊற்றி சுட்டு எடுக்கவும்.

காரமான பச்சை சட்னி மற்றும் புளிப்பு இனிப்பு சட்னியுடன் பரிமாறி சுவைத்து சாப்பிடவும்.

குறிப்பு:

நான் குதிரைவாலி அரிசியில் செய்திருக்கிறேன். நீங்கள் வேறு சிறுதானியத்திலும் செய்யலாம்.

கேழ்வரகு மசாலா வடை

சுலபமாகவும் விரைவாகவும் செய்யலாம்

தேவையான பொருட்கள்:

கேழ்வரகு மாவு - 2 கப்

உளுந்தம்பருப்பு-1/2கப் (2 மணிநேரம் ஊறவைத்து நன்றாக அரைத்துக்கொள்ளவும்

சிறிய வெங்காயம்-15சிறியதாக நறுக்கிகொள்ளவும்

புளி - சிறிய நெல்லிக்காய் அளவு - தண்ணீரில் ஊறவைத்துக்கொள்ளவும்

அல்லது

மாங்காய பொடி 1டீஸ்பூன்

பச்சைமிளகாய் - காரத்திற்கு ஏற்ப

உப்பு - தேவையான அளவு

தாளிப்பதற்கு:

கடுகு

உளுந்தம்பருப்பு

கடலைபருப்பு

கறிவேப்பிலை

எண்ணெய்

கேழ்வரகு மாவுடன், அரைத்த உளுந்தமாவு, வெங்காயம், புளி, உப்பு. தாளித்த பொருட்கள் சேர்த்து நன்கு கலந்து கொள்ளவும்.

எண்ணெய்யை சுடவைத்து ஒன்றன்பின் ஒன்றாக சுட்டு எடுக்கவும்.

சட்னி, சாம்பாருடன் சாப்பிடவும்.

கீரை சேர்க்க விரும்பினால் பொடியாக நறுக்கி மாவில் சேர்க்கவும்

மகாராஷ்ட்ரா முறுக்கு

இந்தியாவில் தீபாவளியின்போது பலவிதமான பொரிக்கும் சிற்றுண்டிகள் செய்கிறார்கள்.

அரிசிமாவிற்கு பதிலாக நான் வரகு அரிசிமாவு உபயோகித்திருக்கிறேன்.

இரண்டு வகையில் முறுக்கு செய்திருக்கிறேன். ஒன்று மிளகாய்பொடி சேர்க்காமல் மற்றொன்று கஷ்மீரி மிளகாய்பொடி சேர்த்து.

இரண்டும் வித்தியாசமாக இருக்கும்.

தேவையான பொருட்கள்:

வரகு அரிசிமாவு - 2 கப்

உடைத்த கடலைமாவு -1/2 கப்

எள் - 2 டேபிள்ஸ்பூன்

ஓமம் - 1 டீஸ்பூன்

மஞ்சள்பொடி - 1 டீஸ்பூன்

தனியா பொடி - 1 டீஸ்பூன்

சீரகப்பொடி - 1 டீஸ்பூன்

கஷ்மீரி மிளகாய்பொடி - 2 டேபிள்ஸ்பூன்

உப்பு

சூடான எண்ணெய் - 3 டேபிள்ஸ்பூன்

வெதுவெதுப்பான தண்ணீர் 1 கப் (மாவு பிசைவதற்கு)

உடைத்த கடலையை மிக்சியில் அரைத்து சலித்துக்கொள்ளவும்.

அதனுடன் வரகு அரிசி மாவையும் சலித்துக்கொள்ள வேண்டும்.

இந்த மாவுடன் எள், ஓமம், மஞ்சள் பொடி, தனியா பொடி, சீரகப்பொடி, மிளகாய்ப்பொடி, உப்பு, சேர்த்து நன்கு கலந்துகொள்ளவும். சூடான எண்ணெய் ஊற்றி நன்கு கலந்துகொள்ளவும்.

வெதுவெதுப்பான தண்ணீர் சிறிது சிறிதாக சேர்த்து சப்பாத்திமாவுபோல் பிசைந்துகொள்ளவும்.

இருபது நிமிடம் அப்படியே வைக்கவும்.

முறுக்கு குழலில் எண்ணெய் தடவிக் மாவை அதில் வைத்து பார்ச்மெண்ட் பேப்பரில் பிழிந்து, ஒவ்வொன்றாக எடுத்து சூடான எண்ணெய்யில் மெதுவாக போட்டு, இரண்டுபக்கமும் திருப்பி பொரித்து எடுக்கவும்.

தீபாவளியை மகாராஷ்ட்ரா முறுக்குடன் கொண்டாடவும்.

கொள்ளு வடை

புரதச்சத்து நிறைந்தது.

அதிக சக்தி கொடுக்கக் கூடியது.

மாலை நேர டீயுடன் சாப்பிட சிறந்த வடை

தேவையான பொருட்கள்:

கொள்ளு - 1/2 கப்

கடலை பருப்பு - 1/4 கப்

சிகப்பு மிளகாய் - தேவையான அளவு

கறிவேப்பிலை

கொத்தமல்லி இலை

பெருங்காயம்

உப்பு

செய்முறை:

கொள்ளை சுத்தம் செய்து ஊறவைத்து முளைகட்டி வைக்கவும்.

கடலை பருப்பை 1 மணி நேரத்திற்கு முன்பு ஊற வைக்கவும்.

குக்கரில் கொள்ளு மற்றும் தண்ணீர் ஊற்றி 4 விசில் வரும் வரை வேகவைக்கவும்.

நன்கு வெந்த பிறகு நீரை

வடிகட்டவும். (இந்த தண்ணீரை ரசம், சூப் செய்ய பயன்படுத்தலாம்)

மிக்சியில் வேகவைத்த கொள்ளு, ஊறவைத்த கடலைப்பருப்பு வத்தல், உப்பு சேர்த்து கொரகொரப்பாக அரைத்துக் கொள்ளவும்.

அதனுடன் நறுக்கிய வெங்காயம், கொத்தமல்லி இலை, கறிவேப்பிலை சேர்த்து நன்கு கலந்து கொள்ளவும்.

மாவை வடையாக தட்டி தோசை சட்டியில் சிறிகளவு எண்ணெய் ஊற்றி கட்லெட் போல் சுட்டு எடுக்கலாம். அல்லது எண்ணெய்யில் பொரித்து எடுக்கலாம் அல்லது

மைக்ரோ அவனில் சுட்டு எடுக்கலாம்.

டீயுடன் சாப்பிட சுவையான வடை ரெடி

முளை கட்டிய கருப்பு கொண்டைகடலை கபாப் (வெங்காயம், பூண்டு தேவையில்லை)

இந்த சுவையான கபாப்பை சில பொருட்களை வைத்து செய்துவிடலாம்.

தேவையான பொருட்கள்:

முளை கட்டி வேகவைத்த கறுப்பு கொண்டைகடலை - 1 கப்

வேகவைத்து மசித்த உருளைக் கிழங்கு - 1/2 கப்

பச்சை மிளகாய், இஞ்சி பொடியாக நறுக்கியது.

கடலைமாவு - 1 டேபிள்ஸ்பூன் மாங்காய்பொடி - 2 டீஸ்பூன்

உப்பு

செய்முறை:

எல்லா பொருட்களையும் ஒன்றாக சேர்த்து கபாப்களாக உருட்டவும்.

எண்ணெய்யில் பொரித்தோ அல்லது தோசை சட்டியில் சுட்டே தயார் செய்யலாம்.

சட்னி அல்லது சாஸ்சுடன் சாப்பிடலாம்.

கேழ்வரகு கிண்ண அப்பம்

இது ஒரு தனித்துவமான தொடக்க உணவு.

இதனை சாப்பிடும்போது சிறப்பாக பேசப்படும் என்று நான் நினைக்கிறேன்.

எல்லோரும் செய்துபாருங்கள். சதாரணமாக கேழ்வரகு மாவுடன் தேங்காய்ப்பால் சேர்த்து சிறிய அப்பம் செய்யலாம்.

முளை கட்டிய பச்சைபயறு மற்றும் இனிப்பு சட்னி, பச்சை சட்னியுடன் சாப்பிடலாம்.

சிறுதானியமாவு கலவை செய்முறை:

கேழ்வரகு மாவு- 3 கப்

உளுந்தம்பருப்பு - 1 கப்

கேழ்வரகு அவல் - 1/4 கப்

வெந்தயம் - 1/4 டீஸ்பூன்

தேங்காய்ப்பால் - 1/4 கப்

செய்முறை:

கேழ்வரகு மாவு மூழ்கும்வரை தண்ணீர் ஊற்றி ஐந்துமணிநேரம் ஊறவைக்கவும்.

உளுந்து மற்றும் வெந்தயத்தையும் சுத்தம் செய்து 5 மணிநேரம் ஊறவைக்கவும்.

அரைப்பதற்கு 10 நிமிடம் முன்பாக கேழ்வரகு அவலை ஊறவைக்கவும்.

பருப்பு, வெந்தயம், அவல் மூன்றையும் விழுதாக அரைக்கவும். கேழ்வரகு மாவு, உப்பு சேர்க்கவும்.

6 முதல் 8 மணிநேரம் புளிக்க வைக்கவும்.

பிறகு தேங்காய்ப்பால் சேர்த்து கலந்துவிடவும்.

குழிபணியார அச்சை சூடுபடுத்தவும்.

எண்ணெய் தடவவும்.

ஒவ்வொரு குழியிலும் ஒரு டேபிள்ஸ்பூன் மாவை ஊற்றவும். உடனேயே பணியார அச்சை சுழற்றவும். மாவு குழிகளில் பரவும்.

இது பார்ப்பதற்கு கிண்ணம்போல் இருக்கும்.

தட்டால் மூடி குறைந்த தணலில் வேகவைக்கவும்.

வெந்ததும் எடுத்தவுடன் சிறிய கிண்ணம்போல் இருக்கும்.

அதனுள் நமக்கு விருப்பமானதை வைத்து மேலே சட்னி ஊற்றி பரிமாறவும்.

நான் இதில் முளை கட்டி ஆவியில் வேகவைத்த பச்சைபயறு வைத்து அதன் மேல் இனிப்பு மற்றும் கார சட்னி வைத்திருக்கிறேன்.

சுவையான அழகான கேழ்வரகு கிண்ண அப்பம் தயார்.

சில காலை உணவு

துரித சிறுதானிய ஹண்ட்வா

இது ஒரு குஜராத்தி கார கேக்

சாதாரனமாக இதை அரிசி பருப்பு காய்கறிகள் இஞ்சி பச்சைமிளகாய் உபயோகித்து செய்வார்கள். தாளிப்பதற்கு கடுகு, எள் மற்றும் கறிவேப்பிலை உபயோகிப்பார்கள்.

எப்போதும் போல் நான் இதனை சிறுதானியத்தில் செய்திருக்கிறேன்.

தேவையான பொருட்கள்

சிறுதானிய ரவை - 3/4 கப்

கடலைமாவு - 1/2 கப்

கடைந்த தயிர் - 1/2 கப்

வறுத்து பொடித்த நிலக்கடலை- 1/4 கப்

காய்கறிகள் தேவையான அளவு

மஞ்சள்பொடி

தனியா பொடி

மிளகாய்பொடி

இஞ்சி&பச்சைமிளகாய் இடித்தது

பொடியாக நறுக்கிய கொத்தமல்லி - 1/4 கப்

ENO-3/4 டீஸ்பூன்

உப்பு

தாளிப்பதற்கு:

எண்ணெய்

கடுகு

எள்

கறிவேப்பிலை

செய்முறை:

ஒரு பாத்திரத்தில் சிறுதானிய ரவை, கடலைமாவு, தயிர் சேர்த்து நன்கு கலந்துகொள்ளவும்.

அதனுடன் காய்கறிகள் கொத்தமல்லி இலை மசாலா பொருட்கள் பொடித்த நிலக்கடலை உப்பு சேர்க்கவும்.

தண்ணீர் சிறிதுசிறிதாக சேர்த்து இட்லி மாவு பதத்திற்கு கலந்துகொள்ளவும். கடைசியாக ENO சேர்க்கவும்.

அடிகனமான பாத்திரத்தில் எண்ணெய் ஊற்றி சூடானதும் கடுகு, எள் மற்றும் கறிவேப்பிலை சேர்த்து தாளித்து மாவு கலவையை அதில் ஊற்றி ஒரு அங்குல உயரத்திற்கு பரப்பவும்.

தட்டால் மூடி பொன்னிறமாக வந்த பிறகு திருப்பி போட்டு இரண்டு பக்கமும் பொன்னிறமாக வரும்வரை வேகவைக்கவும்.

நமக்கு பிடித்த சட்னி, ஊறுகாய், தயிருடன் சாப்பிடவும்.

குறிப்பு:

நான் இதில் காரட், காலிபிளவர், பிரக்கோலி சேர்த்திருக்கிறேன்.

நான் எப்போதும் சிறுதானியத்தை ஐந்துமணிநேரம் ஊறவைத்து துணியில் உலர்த்தி மிக்சியில் ரவையாக அரைத்து கொள் வேன்.

நான் வரகு ரவை உபயோகப்படுத்தியிருக்கிறேன்.

கொள்ளு இட்லி

தேவையான பொருட்கள்:

சிறுதானியம் - 1 கப்

கொள்ளு-1/2கப் (முளைகட்டியது)

உளுந்து_ 1/4 கப்

வெந்தயம் - 1/4 டீஸ்பூன்

அவல்-

உப்பு

செய்முறை:

சிறுதானியத்தையும் கொள்ளையும் சுத்தம் செய்து ஐந்துமணிநேரம் ஊறவைக்கவும்.

உளுந்தையும் வெந்தயத்தையும் ஐந்து மணிநேரம் ஊற வைக்கவும்.

அரைப்ப தற்கு பத்து நிமிடம் முன்பாக அவலை ஊறவைக்கவும்.

கிரைண்டரில் முதலில் பருப்பு பின் சிறுதானியம், கொள்ளு கடைசியாக அவல் சேர்த்து நன்கு விழுதாக அரைத்துக்கொள்ளவும். உப்பு சேர்த்துகலந்து விடவும்.

6 முதல் 8 மணிநேரம் புளிக்கவிடவும்.புளித்த பிறகு ' இட்லிகளாக வேகவைக்காம்.

குறிப்பு:

நான் வரகு உபயோகித்திருக்கிறேன். நீங்கள் எந்த சிறுதானியம் வேண்டுமானாலும் உபயோகப்படுத்தலாம்.

கத்தரிக்காய் கடையல்

தேவையான பொருட்கள்:

கத்தரிக்காய் - 1/4 கிலோ

பாசிப்பருப்பு - 1/4 கப்

தக்காளி - 1

மஞ்சள் பொடி - 1/4 டீஸ்பூன்

உப்பு

எலுமிச்சை சாறு - 1 டீஸ்பூன்

அரைத்து கொள்வதற்கு:

தேங்காய் - 1/4 கப்

வறுத்த கடலைபருப்பு-1டேபிள்ஸ்பூன்

பெருஞ்சீரகம் - 1/4 டீஸ்பூன்

பச்சைமிளகாய் - தேவையான அளவு

தாளிப்பதற்கு:

எண்ணெய்

கடுகு

உளுந்தம்பருப்பு

கறிவேப்பிலை

பாசிப்பருப்பு, கத்தரிக்காய், தக்காளி மஞ்சள்பொடி தண்ணீர் சேர்த்து வேகவைக்கவும்.

வெந்தவுடன் மசித்துக்கொள்ளவும்.

அரைத்துக்கொள்வதற்கு கொடுத்த பொருட்களை விழுதாக அரைத்துக்கொள்ளவும்.

மசித்த கத்தரிக்காய் கலவையுடன் அரைத்த விழுது உப்பு, தண்ணீர் சேர்த்து கொதிக்க வைக்கவும்.

தாளிக்க கொடுத்துள்ள பொருட்களை தாளித்து சேர்க்கவும்.

இறக்கியபிறகு எலுமிச்சை சாறு சேர்க்கவும்.

சுவையான கத்தரிக்காய் கடையல் தயார்.

கேழ்வரகு இட்லி மற்றும் குடமிளகாய் சட்னி

கேழ்வரகு இட்லி செயயும் முறை:

கேழ்வரகு மாவு - 3 கப் (மாவு மூழ்கும் வரை தண்ணீர் ஊற்றி ஐந்துமணிநேரம் ஊறவைக்கவும்)

உளுந்தம்பருப்பு - 1 கப், வெந்தயம் 1/4 டீஸ்பூன் சேர்த்து 5 மணிநேரம் ஊறவைக்கவும்.

அவல் - 1/4 கப் (அரைப்பதற்கு பத்து நிமிடம் முன்பு ஊறவைக்கவும்.

உளுந்தம்பருப்பு வெந்தயம் அவல் ஆகியவற்றை ரவை போல் அரைத்துக்கொள்ளவும்.

அதனுடன் கேழ்வரகு மாவு உப்பு சேர்த்து புளிக்க வைக்கவும்.

புளித்த பிறகு இட்லிகளாக ஊற்றி எடுத்து சட்னியுடன் சாப்பிடவும்.

குடமிளகாய், வால்நட் சட்னி

குடமிளகாயை நேரடியாக தணலில் சுட்டு எடுக்கவும்.

தோலை நீக்கிவிட்டு வால்நட், சீரகம், பச்சைமிளகாய், பொடியாக நறுக்கிய கொத்தமல்லி, விருப்பப்பட்டால் பூண்டுடன் அரைத்துக்கொள்ளவும். எலுமிச்சை சாறு சேர்க்கவும்.

கடுகு, உளுந்தம்பருப்பு, கறிவேப்பிலை தாளித்து சேர்க்கவும்.

கேழ்வரகு இட்லியுடன் சப்பிட சுவையாக இருக்கும்.

குறிப்பு:

இதே முறையில் கம்பு மாவு, சோள மாவு, கோதுமை மாவு சேர்த்து இட்லி தயார் செய்யலாம்.

Indra Narayan

அரைக்க தேவை இல்லாத சிறுதானிய இட்லி

சுற்றுலா செல்லும்போது எடுத்துச் செல்ல ஏற்றது.

தேவையான பொருட்கள்:

தினைமாவு - 1 ½ கப்

உளுந்தமாவு - 3/4 கப்

ஐவ்வரிசி மாவு - 1/4 கப்

உப்பு

தண்ணீர்

குறிப்பு:எல்லா மாவுகளும் கடைகளில் வாங்கிக்கொள்ளலாம்.

செய்முறை:

எல்லா உலர்ந்த மாவுகளையும் ஒன்றாக சேர்க்கவும். தண்ணீர் சேர்த்து இட்லிமாவு பதத்தில் கரைத்துக் கொள்ளவும்.

புளிக்க வைக்கவும்.

வேக வைக்கும் முன்பு நான் வயலட் நிற முட்டைகோஸ் வறுத்த முந்திரி, பாதாம் சேர்த்திருக்கிறேன். பத்து நிமிடம் ஆவியில் வேக வைக்கவும். அழகிய நிறத்தில் இட்லி தயார்.

சாம்பார், சட்னியுடன் சாப்பிடவும்.

தென்னிந்தியர்கள் வீடுகளில் ஆவியில் வேகவைக்கும் இதனை இட்லி என்று பெயர் வைத்திருக்கிறார்கள். தற்போது பல வடிவங்களில் இட்லி தட்டுகள் கிடைக்கின்றன. (நான்ஸ்டிக் முதல் சிலிகான் வரை) பல வடிவத்தில் இருந்தாலும், குழிகள் உள்ள தட்டில் பருத்தி துணி விரித்து அதில் இட்லிமாவை ஊற்றுவது பழைய முறை.

இதன் மூலம் மிருதுவான இட்லி கிடைக்கும். சட்னி, சாம்பாருடன் சாப்பிட சுவையாக இருக்கும்.

இது ஒரு ஆரோக்கியமான மிக சிறந்த காலை நேர சிற்றுண்டி ஆகும்.

இந்திரா நாராயண்

சிறு தானிய இட்லி

தென்னிந்தியாவின் முக்கியமான உணவு இட்லி.

தற்போது இட்லிக்கு பல வடிவத்தில் அச்சுகள் கிடைக்கிறது. (பாத்திரத்தில் ஒட்டாத இட்லி பாத்திரம் முதல் சிலிகான் அச்சு வரை)

தற்போது அதன் வடிவத்தில் பல மாற்றங்கள் ஏற்பட்டாலும் துணியில் இட்லிமாவை ஊற்றி ஆவியில் வேகவைப்பது பழமையான முறை. இந்த முறையில் மிருதுவான இட்லி தயார் செய்யலாம்.

இதனை சாம்பார், சட்னியுடன் சாப்பிட சுவையாக இருக்கும்.

செய்முறை:

சிறுதானியம் - 3 கப்

உளுந்தம் பருப்பு - 1 கப்

1/4 கப் வெந்தயம் (இந்த மூன்றையும் தனித்தனியே 5மணிநேரம் ஊறவைக்கவும்)

10 நிமிடம் முன்பாக 1/4 கப் அவலை ஊறவைக்கவும்.

முதலில் உளுந்தம் பருப்பு, வெந்தயத்தை அரைத்துக்கொள்ளவும்.

பிறகு சிறுதானியம் மற்றும் அவலை அரைக்கவும்.

எல்லா வற்றையும் ஒன்றாக சேர்த்து 6 மணி நேரம் புளிக்க வைக்கவும்.

இட்லிகளாக ஊற்றி ஆவியில் வேகவைத்து சுட சுட சாம்பார் சட்னியுடன் சாப்பிட மிகவும் சுவையாக இருக்கும்.

எப்போது சாப்பிட்டாலும் ஆரோக்கியமானது இட்லி

இந்த மாவை உபயோகித்து இட்லி, தோசை, குழிப் பணியாரம் பிட்சா செய்யலாம்.

நான்-சாமை அரிசியில் செய்திருக்கிறேன். நீங்கள் எந்த சிறுதானியத்தையும் உபயோகப் படுத்தலாம்.

வாழைக்காய் இட்லி உடன் பாம்பே சட்னி (பூண்டு, வெங்காயம் சேர்க்காதது)

வாழைக்காய் சிறுதானிய ரவை இட்லி

இது ஒரு துரித உணவு……

தேவையான பொருட்கள்:

ஊறவைக்க, அரைக்க புளிக்க வைக்க தேவை இல்லை.

வாழைக்காய் - 1 ஆவியில் வேகவைத்து தோல் உரித்து துருவியது.

சிறுதானிய ரவை - 1/3 கப் (எந்த ரவையும் நன்றாக இருக்கும்)

இஞ்சி - 1 டீ ஸ்பூன் துருவியது

தயிர் - 1 கப்

மஞ்சள்பொடி - 1 சிட்டிகை

தேங்காய் துருவியது - 2 டேபிள் ஸ்பூன்

கொத்தமல்லி இலை - பொடியாக நறுக்கியது

(ஈனோ) பழ உப்பு - 1 டீ ஸ்பூன்

தாளிப்பதற்கு:

எண்ணெய்

கடுகு

உளுத்தம்பருப்பு

கறிவேப்பிலை

பச்சைமிளகாய்

வாணலியில் எண்ணெய்யை காயவைத்து அதில் தாளிக்கும் பொருட்களை சேர்க்கவும்.

பிறகு ரவை சேர்த்து பச்சை வாசனை போகும் வரை வறுக்கவும்.

ஆறவைக்கவும்.

அதனுடன் துருவிய வாழைக்காய், வறுத்த ரவை கலவை, தயிர், தேங்காய் துருவல், இஞ்சி, கொத்தமல்லி இலை மற்றும் உப்பு சேர்த்து தண்ணீர் ஊற்றி இட்லிமாவு பதத்திற்கு கலந்து கொள்ளவும்.

ஆவியில் வேக வைப்பதற்கு முன்பு பழ உப்பை (ஈனோ) சேர்க்கவும்.

இட்லி கட்டில் எண்ணெய் தடவி மாவை ஊற்றவும்.

15 நிமிடம் ஆவியில் வேக வைக்கவும்.

ஆறியபிறகு எடுக்கவும்.

சட்னியுடன் பரிமாறவும்.

குறிப்பு:

நான் கடையில் வாங்கிய சாமை அரிசி ரவையை உபயோகித்திருக்கிறேன்.

பாம்பே சட்னி

தேவையான பொருட்கள்:

தக்காளி - 3 நறுக்கியது

கடலை மாவு- 3 டேபிள் ஸ்பூன்

மஞ்சள்பொடி - 1/4 டீ ஸ்பூன்

சிகப்பு மிளகாய் தூள் - தேவையான அளவு

உப்பு

தாளிப்பதற்கு:

எண்ணெய்

கடுகு

உளுத்தம்பருப்பு

கடலைப்பருப்பு

பெருங்காயம் - 1 சிட்டிகை

கறிவேப்பிலை

தேவையான தண்ணீர் ஊற்றி கடலை மாவை கட்டிகள் இல்லாமல் கலந்துகொள்ளவும்.

வாணலியை அடுப்பில் வைத்து அதில் எண்ணெய் ஊற்றி காய்ந்ததும் தாளிக்கும் பொருட்களை சேர்க்கவும்.

பிறகு நறுக்கிய தக்காளி சேர்த்து வதக்கவும்.

தக்காளி நன்றாக கூழ்போல் ஆனதும், அதனுடன் மஞ்சள் தூள், மிளகாய் தூள், உப்பு சேர்க்கவும்.

நன்றாக கலந்து விடவும்.

கரைத்த கடலை மாவை ஊற்றவும்.

சில நிமிடங்கள் கொதிக்க விடவும்.

தேவைப்பட்டால் தண்ணீர் சேர்க்கவும்.

அடுப்பில் இருந்து இறக்கி இட்லி/ தோசையுடன் சாப்பிடவும்.

சர்க்கரைவள்ளிகிழங்கு வெந்தயகீரை மசாலா தோசை

சாதாரணமாக உருளைகிழங்கில் செய்வோம். ஒரு மாற்றத்திற்காக சர்க்கரைவள்ளி கிழங்கில் செய்திருக்கிறேன்.

தோசை/இட்லி செய்ய தேவையான பொருட்கள்:

சாமை அரிசி - 3 கப்

உளுந்தம்பருப்பு - 1 கப்

வெந்தயம் - 1/4 டேபிள் ஸ்பூன்

மூன்றையும் 5 மணிநேரம் ஊறவைக்கவும்.

அரைப்பதற்கு முன்பு 1/4 கப் அவலை ஊறவைக்கவும்.

உளுந்தம்பருப்பையும் வெந்தயத்தையும் முதலில் அரைக்கவும்.

பிறகு சாமை அரிசி அவலை அரைக்கவும்.

எல்லாவற்றையும் ஒன்றாக சேர்த்து உப்பு சேர்த்து கலந்து 6 மணி நேரம் புளிக்க வைக்கவும்.

இந்த மாவை இட்லியாகவோ தோசையாகவோ குழிப்பணியாரமாகவோ, பிஸ்ஸாவாகவோ செய்துகொள்ளலாம்.

நான் சாமை அரிசி உபயோகித்து இருக்கிறேன். நீங்கள் வேறு சிறுதானியத்திலும் செய்யலாம்.

சர்க்கரைவள்ளி கிழங்கு - 1/4 கிலோ (சுட்டோ / வேகவைத்தோ தோல் உரித்து மசித்துக்கொள்ளவும்.)

நடுத்தர அளவு தக்காளி - 1

வெந்தயக்கீரை - 1 சிறிய கட்டு (சுத்தம் செய்து பொடியாக நறுக்கிகொள்ளவும்)

மஞ்சள் பொடி - 1 சிட்டிகை

இஞ்சி - 1 சிறிய துண்டு

மிளகாய்பொடி - தேவையான அளவு

உப்பு

தாளிப்பதற்கு:

எண்ணெய்

கடுகு

உளுந்தம்பருப்பு

கடலைபருப்பு

கறிவேப்பிலை

செய்முறை:

கடாயை சூடுபடுத்தி எண்ணெய் ஊற்றவும்.

தாளிக்கும் பொருட்களை ஒன்றன் பின் ஒன்றாக சேர்க்கவும்.

பின் தக்காளி, இஞ்சி வெந்தயக்கீரை சேர்த்து வதக்கி, தண்ணீர் தெளித்து, மூடி, குறைந்த தணலில் வைக்கவும்.

வெந்த பிறகு உப்பு மஞ்சள்பொடி மிளகாய்பொடி சேர்க்கவும்.

பிறகு மசித்த சர்க்கரைவள்ளி கிழங்கை சேர்த்து நன்கு கலந்து சில நிமிடங்கள் வதக்கி இறக்கிவைத்து, தோசையுடன் பரிமாறவும்.

கம்பு தோசை

சத்து மிகுந்தது.....

தேவையான பொருட்கள்:

கம்பு - 1 கப்

உளுந்தம் பயறு - 1/4 கப்

வெந்தயம் - 1/4 டீஸ்பூன

அவல் - 1/4 கப்

செய்முறை:

கம்பு, உளுந்தம் பயறு, வெந்தயம் மூன்றையும் சுத்தம் செய்து ஒன்றாக 5 மணிநேரம் ஊறவைக்கவும். அரைப்பதற்கு 10 நிமிடம் முன்பாக அவலை ஊறவைக்கவும்.

எல்லாவற்றையும் ஒன்றாக சேர்த்து விழுதாக அரைத்துக்கொள்ளவும். உப்பு சேர்த்து கலந்து 6 முதல் 8 மணிநேரம் புளிக்க வைக்கவும்.

புளித்த பிறகு தோசை கல்லை சுடவைத்து, தோசை ஊற்றவும். தோசையை சுற்றி எண்ணெய் ஊற்றி, ஒரு பக்கம் வெந்ததும் திருப்பி போட்டு, இரண்டுபக்கம் வெந்ததும் எடுத்து, பிரியமான சட்னியுடன் சாப்பிடவும்.

சிறுதானிய தக்காளி தோசை

இந்த தோசைக்கு புளிக்க வைக்க தேவையில்லை

தேவையான பொருட்கள்:

குதிரைவாலி அரிசி - 1/2 கப்

உளுந்தம்பருப்பு - 4 டேபிள்ஸ்பூன்

அவல் - 1 டேபிள்ஸ்பூன்

பெரிய தக்காளி - 2

மிளகாய் வற்றல்-உங்கள்

காரத்திற்கு தகுந்தபடி

துவரம்பருப்பு - 1 டேபிள்ஸ்பூன்

உப்பு தேவையான அளவு

எண்ணெய்

செய்முறை:

குதிரைவாலி அரிசி, உளுந்தம்பருப்பு அவல், துவரம்பருப்பு ஆகியவற்றை சுத்தம் செய்து, 3 முதல் 4 மணிநேரம் ஊறவைக்கவும்

3 மணி நேரத்திற்கு பிறகு தக்காளி, வற்றல், உப்பு சேர்த்து விழுதாக அரைத்துக் கொள்ளவும்.

புளிக்க வைக்க தேவையில்லை.

உடனே தோசை சுடலாம். ரசித்து சாப்பிடலாம்.

தேங்காய் கொத்தமல்லி சட்னியுடன் சாப்பிட சுவையாக இருக்கும்.

துரித மக்காசோள தோசை

மிகச் சுலபமாகச் செய்யலாம்.

தேவையான பொருட்கள்:

உதிர்த்த இனிப்பு மக்காச்சோளம் - 1 கப்

கடலை மாவு -5 டேபிள்ஸ்பூன்

பச்சைமிளகாய் - காரத்திற்கு ஏற்ப

கொத்தமல்லி இலை - பொடியாக நறுக்கியது

உப்பு

எண்ணெய்

செய்முறை:

மக்காசோளம் பச்சைமிளகாய் கொத்தமல்லி இலை உப்பு சேர்த்து விழுதாக அரைத்துக் கொள்ளவும்.

அதனுடன் கடலை மாவு தேவையான அளவு தண்ணீர் சேர்த்து தோசை ஊற்றும் பக்குவத்திற்கு கலந்துகொள்ளவும்.

தோசை கல்லை காயவைத்து, மெதுவான தோசையாகவோ/மொறுமொறுப்பான தோசையாகவோ சுட்டு புதினா தொக்குடன் சாப்பிட சுவையாக இருக்கும்.

இதன் நிறம் எனக்கு மிகவும் பிடித்திருந்தது.

இந்திரா நாராயண்

பனிவரகு, கறிவேப்பிலை தோசை

எங்கள் குடும்பத்தில் அனைவருக்கும் பிடித்ததோசை இது. தோசை சுடுவது என்பது ஒரு கலை.

தேவையான பொருட்கள்:

பனி வரகு - 1/4 கப்

பாசிப்பயறு - 1 கப்

வெந்தயம் - 1 டீஸ்பூன்

செய்முறை:

எல்லாவற்றையும் ஒன்றாக சேர்த்து 3 மணிநேரம் ஊறவைக்கவும்.

அரைக்கும் போது 1/4 கப் கறிவேப்பிலை சேர்த்து அரைக்கவும்.

புளிக்க வைக்க தேவையில்லை.

உடனே தோசை சுடலாம்.

உங்களுக்கு பிடித்தமான சட்னியுடன் சாப்பிடலாம்.

இயற்கையான பச்சை நிற தோசை..

துரித கேழ்வரகு தோசை

நீங்கள் காலை உணவிற்கு எதுவும் யோசிக்க வில்லை என்றால் உடனடியாக இந்த கேழ்வரகு தோசையை செய்து விடலாம்

தேவையான பொருட்கள்:

கேழ்வரகு மாவு - 1 கப்

ஓட்ஸ் மாவு - 1/2 கப்

கடைந்த தயிர் - 1/4 கப்

இஞ்சி, மிளகாய் விழுது - 1/4 டீஸ்பூன்

இடித்த மிளகு, சீரகம் - 1/4 டீஸ்பூன்

கறிவேப்பிலை - பொடியாக நறுக்கியது

கொத்தமல்லி இலை - பொடியாக நறுக்கியது

வெங்காயம் - 1 பொடியாக நறுக்கியது

உப்பு

தண்ணீர் - 2 கப்

எண்ணெய் - தோசை சுடுவதற்கு

வெங்காயம் தவிர எல்லாவற்றையும் ஒன்றாக சேர்த்து ரவை தோசை மாவு போல் கரைத்துக் கொள்ளவும்.

தோசை கல்லை சுடவைத்து,

நன்றாக சூடானதும் நறுக்கிய வெங்காயத்தை தோசைக்கல் மேல் தூவுவது போல் பரப்பவும்.

கேழ்வரகு தோசை மாவை வெளி பக்கத்திலிருந்து உள் பக்கமாக ஊற்றவும்.

அடுப்பை குறைந்த தணலில் வைக்கவும்.

மூடி வேக வைக்கவும்.

ஒரு பக்கம் வெந்ததும் திருப்பி போடவும்.

மொறு மொறுப்பானவுடன் எடுத்து விருப்பமான சட்னியுடன் சாப்பிடவும்.

குறிப்பு:

ஓட்ஸ் மாவிற்கு பதில் அரிசிமாவு உபயோகப் படுத்தலாம். ரவை ஒரு டேபிள் ஸ்பூன், மைதா 1 டேபிள் ஸ்பூன் சேர்த்து கலந்து தோசை சுடலாம்.

இனிப்பு உணவு

சிறுதானிய புட்டு

நவராத்திரி சிறப்பு உணவு

அரிசிரவையில் செய்வார்கள்..

நான் சிறுதானிய ரவையில் செய்திருக்கிறேன்.

தேவையான பொருட்கள்:

சிறுதானியம் - 1கப் (எந்த சிறுதானியமும் எடுத்துக் கொள்ளலாம்) 5 மணி நேரம் ஊறவைக்கவும். துணியில் லேசாக உலரவைக்கவும். ரவையாக மிக்சியில் அரைத்துக் கொள்ளவும்.

துவரம் பருப்பு - 3 டேபிள் ஸ்பூன் (30 நிமிடம் ஊற வைக்கவும்)

மஞ்சள்பொடி - 1 டி ஸ்பூன்

சூடான தண்ணீர் - 1 கப் (மஞ்சள்பொடியை சூடான தண்ணீரில் கலந்து கொள்ளவும்)

பொடித்த வெல்லம் - 1/2 கப்

துருவிய தேங்காய்-1/2 கப்

ஏலக்காய்பொடி - சிறிதளவு

தேவைப்பட்டால் நெய்யில் வறுத்த முந்திரி, பாதாம்பருப்பு

பொடித்த ரவையில் மஞ்சள்பொடி சேர்த்த வென்னீரை சிறிது சிறிதாக ஊற்றி புட்டு பதத்திற்கு பிசையவும்.

(உருட்டினால் உருட்ட வரவேண்டும். உடைத்தால் உடைய வேண்டும்)

அதனுடன் வெல்லம், தேங்காய், ஏலக்காய், ஊறவைத்த துவரம்பருப்பு சேர்த்து நன்கு கலந்து கொள்ளவும்.

இதனை 10 முதல் 15 நிமிடம் ஆவியில் வேகவைத்து எடுக்க வேண்டும்.

எடுத்து நெய், வறுத்த முந்திரி சேர்க்கவும்.

பிரசாதம் தயார்..

குறிப்பு:

சாமை, குதிரைவாலி வரகு இவற்றில் எது வேண்டுமானாலும் உபயோகித்து செய்யலாம்.

சிறுதானிய தேங்காய்ப்பால் கொழுக்கட்டை

இது ஒரு ஆரோக்கியமான சுவையான சிற்றுண்டி

தேவையான பொருட்கள்:

தினைமாவு - 1/2 கப்

தேங்காய் துருவல் - 2 டேபிள் ஸ்பூன்

உப்பு

தண்ணீர் - மாவு பிசைவதற்கு

நல்லெண்ணெய் - 1 டீஸ்பூன்

சிறுதானிய மாவு - 1 டேபிள் ஸ்பூன்

வெல்லம் - 1/2 கப்

முதல் தேங்காய்ப்பால் - 1 கப்

தண்ணீர் - 3 கப்

ஏலக்காய்பொடி - 1 டீஸ்பூன்

குங்குமப்பூ-சிறிதளவு

செய்முறை:

தினைமாவை சலித்து, வறுத்துக் கொள்ளவும்.

தண்ணீரை சூடுபடுத்தி அதில் உப்பு சேர்த்து அதை தினைமாவில் சிறிதுசிறிதாக ஊற்றி சப்பாத்திமாவுபோல் பிசைந்து கொள்ளவும்.

ஆறியபிறகு உள்ளங்கைகளில் எண்ணெய் தடவி சிறு சிறு உருண்டைகளாக உருட்டிக்கொள்ள வும்.

இதனை 10 நிமிடம் ஆவியில் வேக வைக்கவும்.

1 டேபிள் ஸ்பூன் சிறுதானிய மாவில் சிறிதளவு தண்ணீர் ஊற்றி நன்கு கரைத்துக் கொள்ளவும்.

தண்ணீரை கொதிக்க வைத்து அதில் வெல்லம் சேர்த்து கரைய விடவும்.

அதனை வடிகட்டிக் கொள்ளவும்.

அடுப்பை குறைந்த தணலில் வைத்து வெல்லக் கரைசலில் வெந்த கொழுக்கட்டைகளை சேர்க்கவும்.

கொதிக்கவிடவும்.

தண்ணீரில் கரைத்த சிறுதானிய கரைசலைச்

சேர்க்கவும்.

ஏலக்காய் பொடி சேர்த்து கலந்துவிடவும்.

கலவை சிறிது தண்ணீர் வற்றிய உடன் இறக்கி வைக்கவும்.

சூடு ஆறியதும் தேங்காய்ப்பால், குங்குமப்பூ சேர்க்கவும்.

அன்புடன் பரிமாறவும்.

ருசித்து சாப்பிடவும்.....

கேழ்வரகு வால்நட் லட்டு

ஆரோக்கியமான சுவை மிகுந்த லட்டு

தேவையான பொருட்கள்:

கேழ்வரகுமாவு - 11/2 கப்

வால்நட் - 3/4 கப் (வறுத்து, பொடித்தது)

வெல்லம் - 3 /4கப்

நெய் - 1 டேபிள் ஸ்பூன்

ஏலக்காய் பொடி

செய்முறை:

அடிகனமான பாத்திரத்தில் 1 டேபிள் ஸ்பூன் நெய் ஊற்றவும்.

சூடானவுடன் கேழ்வரகு மாவு சேர்த்து வறுக்கவும்.

குறைந்த தணலில் கைவிடாமல் மணம் வரும் வரை வறுக்கவும்.

ஆறவைக்கவும். பின் நொறுக்கிய வால்நட் | ஏலக்காய் சேர்த்து நன்கு கலந்து விடவும் தற்பேபோது.

பாத்திரத்தை சுடவைத்து, அதில் வெல்லம், 2 - 3 ஸ்பூன் தண்ணீர்சேர்த்து கரைய விடவும்.

வெல்ல கரைசலை கேழ்வரகு மாவில் ஊற்றி நன்கு கலந்துகொள்ள வும்.

அறை வெப்பநிலை வரும் வரை காத்திருக்கவும்.

உள்ளங்கைகளில் நெய் தடவி உருண்டை வடிவில் லட்டு பிடிக்கவும்.

கம்பு அவல் பாயாசம்

சுலபமாகவும் விரைவாகவும் செய்யலாம்.

தேவையான பொருட்கள்:

கம்பு அவல்- 1/2 கப்

பொடித்த வெல்லம் - 1/2 கப்

தேங்காய் பால் - 2 கப் (1 கப் திக்கான பால், 1 கப் தண்ணீர் கலந்த பால்)

முந்திரி, திராட்சை - சிறிதளவு

ஏலக்காய்ப்பொடி - 1/4 கப்

நெய் - 1 டேபிள் ஸ்பூன்

உப்பு - தேவையான அளவு

செய்முறை:

சிறுதானிய அவலை பெரிய வடிகட்டும் கரண்டியில் வைத்து தண்ணீர் ஊற்றி சுத்தம் செய்து கொள்ளவும்.

அடிகனமான பாத்திரத்தில் நெய் ஊற்றி காய்ந்ததும் முந்திரி திராட்சை சேர்த்து வறுத்து தனியே எடுத்து வைக்கவும்.

அதே பாத்திரத்தில் கழுவி வடிகட்டிய கம்பு அவலை சேர்த்து சிறிது நேரம் வதக்கவும்.

உப்பு, தண்ணீர் கலந்த தேங்காய் பால்சேர்க்கவும்.

2-3 நிமிடம் வேகவைக்கவும்.

பிறகு திக்கான தேங்காய் பால் சேர்க்கவும்.

வெல்லம் சேர்த்து நன்கு கலந்து கொள்ளவும். ஏலக்காய்ப்பொடி, முந்திரி, திராட்சை சேர்க்கவும்.

இறக்கிவைக்கவும்.

சுவையான கம்பு பாயாசம் தயார்.

ரசித்து, ருசித்து சாப்பிடவும்.

இந்திரா நாராயண்

கேழ்வரகு பலாப்பழ பணியாரம்

பலாப்பழம் அதிகம் கிடைக்கும் சமையங்களில் கட்டாயம் செய்து பாருங்கள். மிகவும் சுவையானது.

தேவையான பொருட்கள்:

பலாப்பழம் - 15 சுளைகள்(3 பலாச் சுளைகளை சிறியதாக நறுக்கி நெய்யில் வறுக்கவும்)

கேழ்வரகு மாவு - 1 கப்

அரிசி மாவு/ரவை - 1/8 கப்

தேங்காய்பால் - 1/2 கப்

நாட்டு சர்க்கரை- 1/2 கப்

ஏலக்காய்பொடி - 1/2 டீஸ்பூன்

பழ உப்பு (ENO)-1/4 டி ஸ்பூன்

நெய்

முந்திரி - சிறியதாக வெட்டி நெய்யில் வறுத்தது 3 டேபிள் ஸ்பூன்

உப்பு - 1 சிட்டிகை

ஒரு பாத்திரத்தில் கேழ்வரகு மாவு அரிசிமாவு/ரவை, ஏலக்காய் பொடி, அரைத்த பலாச்சுளைகள் ஆகியவற்றை ஒன்றாக சேர்த்து கலந்து கொள்ளவும்.

அதனுடன் உப்பு, வறுத்த முந்திரி, பலாச்சுளைகள் ஆகியவற்றை சேர்த்துக் கொள்ளவும்.

நாட்டு சர்க்கரை, தேங்காய்பால் சேர்த்து கலந்து கொள்ளவும்.

கடைசியில் பழ உப்பு (ENO) சேர்த்து கலக்கவும்.

குழிபணியார அச்சை அடுப்பில் வைத்து நெய் ஊற்றவும்.

ஒவ்வொரு குழியிலும், கேழ்வரகு கலவையை 1 டேபிள் ஸ்பூன் ஊற்றவும்.

மூடி வேகவைக்கவும்.

திருப்பி போட்டு வேகவைக்கவும்.

தேவைப்பட்டால் நெய் சேர்க்கவும்.

இரண்டு பக்கமும் வெந்த பிறகு எடுக்கவும்.

மாலை நேர டீ உடன் ரசித்து சாப்பிடவும்....

கேழ்வரகு வாழைப்பழ கேக்

மிகவும் ஆரோக்கியமான முட்டை இல்லாத வாழைப்பழம் மற்றும் பேரீச்சம்பழம் சேர்ந்தது.

தேவையான பொருட்கள்:

1 + 1/4 கப் கேழ்வரகு மாவு

பழுத்த வாழைப்பழம் - 3

பேரீச்சம்பழம்--15(கொட்டை நீக்கியது)

ஆளிவிதை - 11/2 டேபிள் ஸ்பூன்

பேகிங் பவுடர் - 1 டீ ஸ்பூன்

பேகிங் சோடா - 1/2 டீ ஸ்பூன்

கோகோ பவுடர் - 1/4 கப் (இனிப்பு இல்லாதது)

உருகிய வெண்ணெய் - 2 டேபிள் ஸ்பூன்

வாதுமை பருப்பு-1/4கப் (நறுக்கியது)

வெணிலா எசென்ஸ்-1டீ ஸ்பூன்

தண்ணீர் - 2 - 3 டேபிள் ஸ்பூன் (அரைப்பதற்கு)

செய்முறை:

வெறும் வாணலியில் கேழ்வரகு மாவை 3 முதல்7 நிமிடங்கள் வறுத்துக் கொள்ளவும்.

பேரீச்சம் பழத்தை ஆளிவிதையுடன் அரைத்துக் கொள்ளவும்.

வாழைப் பழத்தை மசித்து அதனை பேரீச்சம்பழ விழுதுடன் சேர்த்துக் கொள்ளவும்.

உருகிய வெண்ணெய், வெனிலா எசென்ஸ் சேர்த்து கலந்து கொள்ளவும்.

வறுத்து சலித்த கேழ்வரகு மாவு, பேகிங் பவுடர், பேகிங் சோடா மற்றும் கோகோ பவுடர் சேர்த்து நன்கு கலந்து கொள்ளவும்.

இது ஒரு அடர்த்தியான (திக்கான) கலவையாக இருக்கும்.

நறுக்கிய வாதுமை பருப்பை சேர்க்கவும்.

கலந்துகொள்ளவும்.

வெண்ணெய் தடவிய பாத்திரத்தில் ஊற்றி, 170 டிகிரி சென்டிகிரேட் / 340 டிகிரி Fahrenheit ல் 40 நிமிடம் பேக் செய்யவும்.

வெந்ததை உறுதிப்படுத்திய பின்பு அவனில் இருந்து எடுக்கவும்.

ஆறவிடவும்.

சிறுதுண்டுகளாக வெட்டி, பஞ்சுபோன்ற கேக்கை ரசித்து சாப்பிடவும்...

குதிரைவாலி அரிசி இனிப்பு பொங்கல்

பாரம்பரிய பானையில் சமைக்கும் போது சுவை அதிகரிக்கும்.

தேவையான பொருட்கள்:

குதிரைவாலி அரிசி - 1/4 கப்

பாசிப்பருப்பு - 1/4 கப்

வெல்லம் - 1 கப்

நெய் - 1/4 கப்

உப்பு - ஒரு சிட்டிகை

முந்திரி, திராட்சை

பொடித்துக் கொள்ள:

ஜாதிக்காய்-1 சிட்டிகை

ஜாதிப்பத்திரி-2

ஏலக்காய்-4

பச்சை கற்பூரம் - 1 சிட்டிகை

செய்முறை:

குதிரைவாலி அரிசியை 5 மணி நேரம் ஊற வைக்கவும்.

பாரம்பரிய பானையை சூடாக்கி அதில் 1 டேபிள் ஸ்பூன் நெய் ஊற்றி முந்திரி, திராட்சையை வறுத்து தனியே வைக்கவும்.

அதே பாத்திரத்தில் 4 கப் தண்ணீர் ஊற்றி கொதிக்க விடவும்.

கொதித்த பிறகு ஊறவைத்த குதிரைவாலி அரிசியை வடிகட்டி சேர்க்கவும்.

சுத்தம் செய்த பாசிப்பருப்பை சேர்க்கவும்.

இந்திரா நாராயண்

நன்கு வேகவைக்கவும்.

அடிக்கடி கலந்து விடவும்.

வெந்த பிறகு வெல்லம் உப்பு சேர்த்து நன்கு கலந்து கொள்ளவும்.

நெய் ஊற்றவும்.

நன்றக கலந்து வெந்த பிறகு பொடித்த வாசனை பொடிகளை சேர்க்கவும்.

நன்றாக கலந்து இறக்கிவைத்து, சூடாக சாப்பிடவும்.

குறிப்பு:

....

நெய் அதிகமாக சேர்த்தால் சுவை அதிகரிக்கும்.

முட்டை சேர்க்காத சிறுதானிய பூசணிக்காய் பிரெட்

இது சுலபமாக செய்யும் முறை.
மிகவும் மிருதுவாக இருக்கும்.

தேவையான பொருட்கள்:

சிறுதானியமாவு - 3/4 கப்

ஓட்ஸ் - 3/4 கப்

பேகிங் பவுடர் - 1 டி ஸ்பூன்

பேகிங் சோடா - 1/2 டி ஸ்பூன்

பூசணிக்காய் விழுது - 1 கப்

நாட்டு சர்க்கரை-1/2கப்

பட்டை பொடி - 1/2 டி ஸ்பூன்

சுக்கு பொடி 1/2 டி ஸ்பூன்

ஜாதிக்காய்-பொடி - 1/8 டி ஸ்பூன்

உப்பு - 1 சிட்டிகை

வெணிலா எசென்ஸ்-1 டி ஸ்பூன்

ஆப்பிள் செடர் வினிகர் / எலுமிச்சை சாறு - 1 டேபிள் ஸ்பூன்

எண்ணெய் - 1/4 கப்

பால் / தண்ணீர் - 1/4 கப்

உலர்ந்த பருப்புகள்-1/4கப்

முதலில் பேக் செய்யும் பாத்திரத்தில் வெண்ணெய் தடவி அதன்மேல் பட்டர் பேப்பர் வைத்து, தயாராக வைக்கவும்.

ஒரு பெரிய பாத்திரத்தில் சிறுதானியமாவு, ஓட்ஸ் மாவு, பேக்கிங் பவுடர், பேகிங் சோடா சேர்த்து சல்லடையில் சலித்துக்கொள்ளவும்.

பருப்பு வகைகளை கலந்து கொள்ளவும்.

இன்னொரு பாத்திரத்தில் பூசணிக்காய் விழுது, நாட்டு சர்க்கரை, பட்டை பொடி, சுக்கு பொடி ஜாதிக்காய் பொடி, மற்றும் உப்பு ஒரு சிட்டிகை சேர்த்து நன்கு கலந்து கொள்ளவும்.

இதனுடன் வெணிலா எசென்ஸ் ஆப்பிள் செடர் வினிகர், எலுமிச்சை சாறு சேர்த்து கலந்து கொள்ளவும்.

எல்லாவற்றையும் நன்றாக கலந்து கொள்ளவும்.

மாவு கலக்கும் கரண்டியினால், பூசணிக்காய் விழுது கலவையையும், மாவுகளையும், மெதுவாக கலக்கவும். (மடித்துவிடும் முறையில் கலந்துவிடவும்)

பால்/தண்ணீர் சேர்த்து கலக்கவும்.

இந்த கலவை பார்ப்பதற்கு லேசாகவும், அதிகமாகவும் இருக்கும்.

தேவைப்பட்டால் மேலும் சிறிதளவு பால், தண்ணீர் சேர்த்துக் கொள்ளலாம்.

பேக் செய்யும் பாத்திரத்தில் மாவு கலவையை ஊற்றவும்.

பாத்திரத்தை தட்டி கலவையை சமப்படுத்தவும்.

மைக்ரோ அவனை பேக் செய்வதாகுமுன்பாக 180 டிகிரி செல்சியஸ் அல்லது 350 டிகிரி Fahrenheit வெப்பத்தில் சூடுபடுத்தவும்.

சூடானவுடன் மாவு கலவை இருக்கும் பாத்திரத்தை அவனின் உள்ளே வைத்து 60 முதல் 70 நிமிடங்கள் பேக் செய்யவும்.

55 நிமிடங்களுக்கு பிறகு வெந்துவிட்டதா என்று பார்க்கவும்.

வெந்த பிறகு வெளியே எடுத்து குளிரவைக்கவும்.

பட்டர் பேப்பரை எடுத்துவிடவும்.

துண்டுகளாக வெட்டி ரசித்து சாப்பிடவும்.

குறிப்பு:

சிறுதானியமாவு, ஓட்ஸ் மாவிற்கு பதில் 11/2 கப் கோதுமை மாவை உபயோகித்தும் செய்யலாம்.

சர்க்கரைவள்ளி கிழங்கு குலோப் ஜாமூன்

தயாரிப்பது சுலபம்.சுவை மிகுந்தது.

தேவையான பொருட்கள்:

சர்க்கரை வள்ளி கிழங்கு - 1/4 கிலோ (சுத்தம் செய்து, வேகவைத்து, தோல் உரித்து, மசித்துக் கொள்ளவும்.
மரவள்ளிகிழங்கு மாவு - 1 1/2 டேபிள் ஸ்பூன்

சர்க்கரை பாகு:

நாட்டு சர்க்கரை- 1/4 கப்

தண்ணீர் - 1 கப்

ஏலக்காய் பொடி - 1/4 டி ஸ்பூன்

குங்குமப்பூ-1 சிட்டிகை

தேன் - சிறிதளவு

நெய் - பொரிப்பதற்கு

முதலில் சர்க்கரை வள்ளி கிழங்கை வேக வைத்துக் கொள்ளவும்.

சர்க்கரை பாகு தயாரிப்பதற்கு

முதலில் நாட்டு சர்க்கரையுடன் தண்ணீர் சேர்த்து கொதிக்க வைக்கவும்.

ஏலக்காய் பொடி, குங்குமப்பூ சேர்க்கவும்.

5 முதல் 7 நிமிடங்கள் கொதிக்க விடவும்.

மிகவும் திக்காக இருக்க வேண்டிய அவசியமில்லை.

இறக்கிவைத்து ஆறவிடவும்.

கிழங்கை மசித்து அதனுடன் மரச்சீனிக்கிழங்கு மாவை சேர்த்து நன்றாக பிசையவும்.

சிறு சிறு உருண்டைகளாக உருட்டவேண்டும்.

விரிசல் விழாமல் உருட்டவும்.

சூடான நெய்யில் பொன்னிறம் ஆகும் வரை பொரித்து எடுக்கவும்.

குளிர்ந்த சர்க்கரை பாகில் சேர்க்கவும்.

சில மணிநேரம் சர்க்கரை பாகில் ஊறவிடவும்.

சாப்பிடும் போது ஜாமூன் மேல் தேன் ஊற்றி குங்குமப்பூ தூவி ரசித்து சாப்பிடவும்.

தினை அரிசிமாவு இலை அடை

இலை அடை கேரளாவின் சிறப்பு உணவு.

பாரம்பரியமாக இதனை அரிசி மாவில் செய்வார்கள்.நான் சிறுதானிய மாவில் செய்திருக்கிறேன். பலாப்பழம் வாழைப்பழ கலவையை அடையினுள் வைப்பார்கள்.

நான் தேங்காய், நாட்டு சர்க்கரையை உள்ளே வைத்திருக்கிறேன்.

தேவையான பொருட்கள்:

தினை அரிசிமாவு - 1 கப்

தண்ணீர் -1 1/4 கப்

உப்பு

எண்ணெய்

பூரணத்திற்கு:

தேங்காய் துருவல் - 1 கப்

நாட்டு சர்க்கரை - 1/4 கப்

தண்ணீர் - 2 டேபிள் ஸ்பூன்

நெய் - 1 டி ஸ்பூன்

ஏலக்காய்பொடி - 1/4 டி ஸ்பூன்

அடிகனமான பாத்திரத்தில் தண்ணீரை கொதிக்க வைத்து அதில் உப்பு, எண்ணெய் சேர்க்கவும்.

பின்பு அதில் தினைமாவை சேர்த்து நன்கு கலந்து கொள்ளவும்.

தட்டால் முடி குறைந்த வெப்பத்தில் ஒரு நிமிடம் வைத்திருக்கவும்.

கீழே இறக்கி வைத்து ஆறவிடவும்.

கையில் எண்ணெய் தடவிக்கொண்டு மாவை நன்றாக பிசைந்து மிருதுவான மாவாக ஆக்கவும்.

பூரணத்திற்கு:

ஒரு பாத்திரத்தில் சர்க்கரை, தண்ணீர் சேர்த்து கொதிக்க வைக்கவும்.

அதில் துருவிய தேங்காய் வருவல் சேர்த்து கலவைதிக்காக ஆகும் வரை கலந்து விடவும்.

கடைசியாக ஏலக்காய் பொடி நெய் சேர்த்து கலந்து இறக்கி ஆறவிடவும்.

வாழை இலையை எடுத்து கழுவி, துடைத்துக் கொள்ளவும்.

சற்று வாடிய இலைகளை உப யோகித்தால் இலை கிழியாது.

வாழை இலையை சிறுதுண்டுகளாக கிழித்து அதில் நெய் தடவும்.

ஒரு சிறிய உருண்டை மாவு எடுத்து, வாழை இலைமேல் வைத்து, வட்டமாக தட்டிக்கொள்ளவும்.

அதன் மேல் தேங்காய் பூரணத்தை வைத்து மடித்து, ஆவியில் 10 நிமிடம் வேகவைக்கவும்.

சாப்பிடும் போது வாழை இலையை மெதுவாக எடுத்து விடவும்..

வாழை இலை மனத்துடன் அடை பிரமாதமாக இருக்கும்.

பாரம்பரியமிக்க இலை அடை தயார்.......

சிறுதானிய மாவு அல்வா

மிகவும் சுலபமான இனிப்பு.

புதிதாக சமைப்பவர்கள் கூட சுலபமாக செய்யலாம்.

தேவையான பொருட்கள்:

சாமை அரிசிமாவு - 1 கப்

பாதம் மாவு - 1/2 கப்

நெய் - 1/2 கப்

பனங் கற்கண்டு - 1/2 கப்

கொதிக்க வைத்த தண்ணீர் அல்லது பால்

முந்திரி, திராட்சை, உலர் பழங்கள்-விருப்பத்திற்கு ஏற்ப

பச்சை ஏலக்காய் பொடி - 1 சிட்டிகை

குங்குமப்பூ-பாலில் ஊறவைத்தது.

செய்முறை:

ஒரு குழிவான கனமான பாத்திரத்தில் நெய்யை ஊற்றி அதில் முந்திரி, திராட்சையை வறுத்து தனியே வைக்கவும்.

அதே பாத்திரத்தில் நெய்யில் சாமை அரிசிமாவை நல்ல மணம் வரும் வரை குறைந்த தணலில் வறுக்கவும்.

பிறகு பாதாம் பொடியை சேர்த்து வறுக்கவும்.

அதே நேரம் தண்ணீர் அல்லது பாலை கொதிக்க வைத்து தயாராக வைக்கவும். வறுத்த மாவில் சூடான பால் அல்லது தண்ணீரை மெதுவாக, தெரிக்காமல் கலந்துகொண்டே ஊற்றவும்.

கலவை திக்காக ஆகும்.

அதில் பனங்கற்கண்டு மற்றும் சர்க்கரை சேர்க்கவும்.

ஏலக்காய பொடி, பாதாம், முந்திரி திராட்சை சேர்க்கவும்.

கடைசியாக குங்கும் பூ சேர்த்து கலந்துவிடவும்.

கட்டியாக ஆகும் வரை கலந்து விடவும்.

கோவில் பிரசாதம் போல் இருக்கும்.

சிறுதானிய பால் பயாசம்

சாதாரணமாக பச்சரிசியில் செய்வார்கள்.

நான் சிறு தானியத்தில் செய்திருக்கிறேன்.

வெள்ளை சர்க்கரைக்கு பதில் தென்னை சர்க்கரை சேர்த்திருக்கிறேன்.

தேவையான பொருட்கள்:

சாமை அரிசி - 2 டேபிள் ஸ்பூன் (கழுவி 5 மணி நேரம் ஊற வைக்கவும்.)

பால் - 4 கப்

சர்க்கரை - 1/3 கப்

நெய் - 1டீ ஸ்பூன்

குங்கும்ப்பூ-சிறிது (பாலில் ஊற வைத்தது)

செய்முறை:

குக்கரை அடுப்பில் வைத்து அதில் நெய் ஊற்றவும்

சூடான உடன் அதில் பருப்பு வகைகளை வறுத்து தனியே வைக்கவும்.

பிறகு கழுவி ஊற வைத்த சாமை அரிசியை சேர்த்து வறுக்கவும்.

பால் சேர்க்கவும்.

மில்க் வாச்சரை அதில் சேர்க்கவும்.(சிறிய தட்டு)

இப்படி செய்வதால் கருகாமல் ஒட்டாமல் இருக்கும்.

குக்கரை மூடி ஒரு விசில் வரும் வரை காத்திருக்கவும்.

அடுப்பை குறைத்து 30 நிமிடங்கள் வேகவைக்கவும்.

குக்கர் சத்தம் போன உடன் குக்கரை திறந்து மில்க் வாட்சரை எடுத்துவிடவும்.

இனிப்பான் மற்றும் வறுத்த நெய் சேர்க்கவும்.

குங்குமப்பூவால் மேலே, அலங்கரிக்கவும்

சூடாகவோ, குளிர்ந்த பிறகே சாப்பிடவும்.

இந்திரா நாராயண்

Millets Types and Name in Different Languages

English	Pearl Millet	Finger Millet	Foxtail Millet	Kodo Millet	Little Millet	Barnyard Millet	Sorghum
Hindi	Bajra	Nachani, Mundua, Mandika, Marwah	Kangni, Kakum, Rala	Koden, Kodra	Kutki, Shavan	Jhangora, Sanwa	Jowar
Tamil	Kambu	Kezhvaragu, Kelvaragu, Keppai, Ragi	Thinai	Varagu	Saamai	Kuthiravali (Kuthiraivolly)	Cholam
Telugu	Sajjalu	Ragula, Ragi Chodi	Korra	Arikelu, Arika	Sama, Samalu	Udalu, Kodisama	Jonna
Kannada	Sajje	Ragi	Navane	Harka	Saame, Save	Oodalu	Jola
Malayalam	Kambam	Panji Pullu	Thina	Koovaragu	Chama	Kavadapullu	Cholam
Marathi	Bajri	Nagli, Nachni	Kang, Rala	Kodra	Sava, Halvi, Vari	-	Jowari, Jondhala
Punjabi	Bajra	Mandhuka, Mandhal	Kangni	Kodra	Swank	Swank	Jowar
Gujarati	Bajri	Nagli, Bavto	Kang	Kodra	Gajro, Kuri	-	Jowari, Juar
Bengali	Bajra	Marwa	Kaon	Kodo	Sama	Shyama	Jowar
Oriya	Bajra	Mandia	Kanghu, Kangam, Kora	Kodua	Suan	Khira	Juara